Chicken Boots
Bạn Gà Mái Đi Ủng

Written and Illustrated by Sarah Barrera

First Printing, 2015, CreateSpace Publishing Platform

www.bablbooks.com

ISBN 978-1-68304-039-2

To my sweet girls
who inspired me to write this story.

Hello. I'm Nelly. I am a backyard hen.

∘∘∘

Xin chào các bạn. Tớ là Nelly. Tớ là một cô gà mái vườn.

This is my best friend, Rose.

ooo

Đây là người bạn thân nhất của tớ, Rose.

I met Rose in the Spring at the local feed store
when I was just a chick.

ooo

Tớ gặp Rose vào mùa xuân, ở cửa hàng bán thức ăn
cho gia súc địa phương khi tớ chỉ mới là gà con.

Rose and I instantly became
the best of friends.

ooo

Rose và tớ ngay lập
tức trở thành bạn thân.

I joined two other chicks named Agnes and Edna to live with Rose, her Dad, Mom, older Sister and dog named Kramer.

ᵒᵒᵒ

Tớ với hai bạn gà nữa tên là Agnes và Edna sống cùng Rose, bố, mẹ, chị của bạn ấy và một cậu chó tên là Kramer.

Right from the beginning I loved my new family
but wasn't too crazy about Kramer. He liked to eat
all our chick feed. Bad dog!

ooo

Ngay từ đầu, tớ đã thấy yêu gia đình mới nhưng lại không
có cảm tình lắm với Kramer bởi vì cậu ta cứ ăn hết thức ăn của
lũ gà con chúng tớ. Thật là một chú chó xấu bụng!

While we were chicks Agnes, Edna and I lived inside the house
with Rose because we were too little to be outside.

ooo

Khi vẫn còn là gà con, Agnes, Adna và tớ sống
bên trong căn nhà cùng với Rose bởi vì chúng tớ còn
quá nhỏ để sống ở bên ngoài.

During our short stay in the house
I loved playing with Rose and all her toys.

ooo

Suốt thời gian ngắn ngủi sống
trong căn nhà, tớ rất thích chơi cùng Rose
và những món đồ chơi của bạn ấy.

I enjoyed relaxing and listening to Rose
quietly read stories,

ooo

Tớ thích ngồi thư giãn và lắng nghe Rose
thì thầm đọc những câu chuyện,

but I especially loved creating loud music!

°°°

nhưng tớ cực kì
yêu thích tiếng nhạc to!

Now, I am all grown up! Summer is here and it is time
for Agnes, Edna and I to move outside.

ooo

Bây giờ, tớ đã hoàn toàn trưởng thành! Mùa hè tới rồi và
đã đến lúc Agnes, Edna và tớ phải chuyển ra ngoài.

I worry that Rose will forget about me,
but our adventures continue in the backyard.

ooo

Tớ lo Rose sẽ quên tớ, nhưng
những chuyến phiêu lưu của chúng tớ vẫn
tiếp tục ở mảnh sân sau nhà.

I love pretending to be a patient
at the veterinarian clinic,

ooo

Tớ thích đóng giả làm bệnh nhân
trong phòng khám thú y,

The Doctor is
IN

but I really love
the cooking lessons that always
include delicious food.

ooo

và tớ cũng thích những buổi học nấu
ăn, lúc đó, tớ tha hồ được thưởng
thức những món ngon tuyệt.

Biking on the patio is always fast and thrilling,

ooo

Đi xe đạp trên khoảng sân trước nhà luôn nhanh và hồi hộp,

while tea parties in the garden are calm and delightful.

còn những bữa tiệc trà trong vườn thì lại yên ả và thú vị.

A day of pampering is
quiet and relaxing,

°°°

Một ngày được thư giãn tớ cảm
thấy thật tĩnh lặng
và thanh bình,

even on the days that
include the hair dryer!

ₒₒₒ

kể cả khi cô bạn chơi
với máy sấy tóc!

I don't mind helping Rose
with yard work,

ooo

Tớ không cảm thấy phiền
chút nào khi giúp
Rose làm những công
việc trong vườn,

but I really love lazy
days on the swing.

ₒₒₒ

nhưng tớ thật sự thích
những ngày được
ngồi đung đưa cùng
bạn ấy trên xích đu.

I fancy posing
for portraits,
ᵒᵒᵒ
Tớ thích tạo
dáng để cô bạn
vẽ chân dung,

but especially enjoy catching
bubbles on a warm afternoon.

ooo

và vô cùng thích thú
bắt bong bóng trong một
buổi chiều ấm áp.

Fall has come and the weather has turned cold and rainy.
Rose doesn't come out to play anymore.
I am trying to have adventures on my own...

ooo

Mùa thu đến, thời tiết trở lạnh và mưa. Rose không
còn ra ngoài chơi nữa. Tớ đang cố gắng tự mình thực hiện
những chuyến phiêu lưu...

but it isn't as fun or exciting without Rose.

ooo

nhưng tớ chẳng thấy vui hay thú vị
gì cả khi không có Rose.

I miss Rose so much.

ooo

Tớ nhớ Rose vô cùng.

Rose and I decide to not let the rain and cold
stop us from being together.

°°°

Thế là Rose và tớ quyết định không thể để mưa
gió và giá rét ngăn cản chúng tớ ở bên nhau.

Besides, playing in the rain
is much more fun and exciting!

°o°

Hơn nữa, chơi đùa dưới mưa có vẻ
còn vui và thú vị hơn nhiều.

We can still have adventures
in the cold and rain.

ooo

Chúng tớ vẫn có thể có những cuộc phiêu
lưu trong giá rét và mưa rơi.

Rose and I will not let anything keep us apart again.

ooo

Rose và tớ sẽ không để bất cứ điều
gì chia cách chúng tớ nữa.

Follow ChickinBoots:

www.chickinboots.com
Instagram and Pinterest
@chickinboots

About the Author

Sarah Barrera lives with her husband,
two daughters, dog and backyard flock
in a suburb of Portland, Oregon.
This is her first children's book.

CPSIA information can be obtained at www.ICGtesting.com
Printed in the USA
LVIW01n1443040216
473699LV00019B/143